காதல் நாடு வாங்கப்போகிறேன்

காார்த்திக் ஆறுமுகம்

ஏலே பதிப்பகம்

காதல் நாடு வாங்கப்போகிறேன் – கவிதை

© கார்த்திக் ஆறுமுகம் 2021
எழுத்தாளர்: கார்த்திக் ஆறுமுகம்
முதல் பதிப்பு: டிசம்பர் 2021

வெளியீடு:
ஏலே பதிப்பகம்
5/175, பாத்திமா நகர்,
கூத்தென்குழி,
திருநெல்வேலி – 627104
தொடர்புக்கு: 9944992571

Kadhal naadu vaangappogiren - Poetry
All Copy Rights Reserved By © Karthick Arumugam 2021
Author: Karthick Arumugam
First Edition: December 2021

Published By:
Aelay Publish
5/175, Fathima nagar,
Kuthenkuly,
Tirunelveli -627104
Phone: 9944992571

Design And Executed by

ISBN : 978-93-5533-121-2
Page : 135

காதல் நாடு

முதல் ஒரு சாதரண கவிதை தொகுப்பு என்றுதான் படிக்க ஆரம்பித்தேன் அப்புறம் மெல்ல மெல்ல எனக்கு வெட்கம் சீண்ட ஆரம்பிக்கும் பொழுது தான் அர்த்தம் புரிந்தது காதல் நாடு பற்றி.

எங்கே நீ ஒரு முறை உதட்டை கடி

என்று ஓரே வரியில் கவிதையோடு என்னையும் புரட்டி போட்டுவிட்டார் கவிஞர்.

இந்த புத்தகம் பற்றி அதிகம் பேச வேண்டியதில்லை நீங்கள்

நேரடியாக சென்று காதலிக்கலாம்...

வாழ்த்துக்களுடன்

ஏலே பதிப்பகம்
கவிஞன் மொழி

என்னுரை

காதல் சூழ் உலகிது. உலகத்தில் காதலை மட்டும் கழித்துவிட்டால் மிருகத்தனம் மட்டும்தான் மிஞ்சம் என்பார்கள். யார் சொன்னது. மிருகங்களுக்குள்ளும் அழகிய காதல் உண்டு. என்ன மனிதன் அதை அழகாய் வெளிபடுத்த தெரிந்தவன். அவ்வளவு தான் மற்ற மிருகங்களுக்கும் மனிதர்களுக்கும் காதலில் உள்ள வேறுபாடு.

இந்த உலகத்தில் காதலிக்காத ஏதும் கிடையாது. காற்றும் இங்கே காதல் செய்து கொண்டுதான் இருக்கிறது. காற்று மரங்களை காதல் செய்கிறது. காற்று பலூன்களை காதல் செய்கிறது. காற்று நுரையீரல்களை காதல் செய்கிறது. சொல்லப்போனால் காதலின் காரணமாய் தான் காற்று இந்த பூமியில் உலா வருகிறது. அதனால் தான் பூமியில் உயிரே வாழ்கிறது.

அப்படிப்பட்ட காதலுக்கென்று தனியாய் ஒரு நாடு இருந்தால் எப்படி இருக்கும். காதல் மட்டுமே நிரம்பி வழிகிற நாடு. காதலைத்தவிர வேறு எதுவும் உட்புக முடியாத நாடு, என்ற கற்பனை அடிப்படையில் இந்த புத்தகத்தின் முதல் கவிதை எழுதப்பட்டது. இருபது நிமிட பாலைவன மகிழுந்து பயணத்தின் போது, காதலின் மீது உண்டான காதல் தான் இந்த காதல் நாடு வாங்கப்போகிறேன் என்ற கவிதை.

மேலும், கற்பனைகளுக்கு அப்பால் உள்ள அழகிய ஒப்பீடுகளை இந்த கவிதை தொகுப்புகளில் உள்ள சிறு கவிதைகள் மூலம் உங்களால் காண முடியும். இந்த கவிதைகளை படிக்கும் பொழுது உங்களை அறியாமல் இதழோரம் ஒரு சின்ன புன்னகை தோன்றுகிறதா, நிச்சயம் உங்கள் மனதுக்குள் ஒரு காதல் ஊஞ்சல் கட்டி ஆடிக்கொண்டிருக்கும் அல்லது ஊஞ்சல் கட்ட தயாராகிக்

கொண்டிருக்கும், என்ற நம்பிக்கையோடு இந்த புத்தகத்தை உங்கள் கைகளில் தொகுத்து வழங்கியிருக்கிறேன்.

வெறும் கற்பனைக்கு மட்டுமே முக்கியத்துவம் கொடுத்து எழுதப்பட்ட இந்த கவிதைகள் காதலுக்கு உட்படுத்தப்பட்டால் மகிழ்ச்சி தானே.

ரசிப்பவர்கள் உள்ளவரை ரசனையான படைப்புகளும் உருவாகிக்கொண்டே இருக்கும். நன்றி...

இப்படிக்கு
கார்த்திக் ஆறுமுகம்

காதல் நாடு வாங்கப் போகிறேன்

காதல் நாடு
வாங்கப் போகிறேன்

அதில்
நீயே என் தேவதை

தேசியக் கொடியாய்
அறிவிக்கப் போகிறேன்
உன் தாவணியை

உன் தூக்கத்தின் முனகலை
ஒலிப்பதிவு செய்துவிட்டால்
நம் காதல் நாட்டிற்கு
ஒரு தேசிய கீதம்
கிடைத்து விடப்போகிறது

நம் காதலின் மொழி
மௌனம் தானே
அப்படி என்றால்
காதல் நாட்டிற்கும் மொழி
மௌனமாக இருக்கட்டும்

நீ
வளர்க்கும் கிளி தான்
நம் நாட்டின்
தேசியப் பறவை

மடியில் வைத்து
கொஞ்சுகிறாயே
ஒரு பூனை
அதை
தேசிய விலங்காக
அறிவித்து விடுவோமா

உன் வீட்டில்
நீ
ஊஞ்சல் கட்டி ஆடுகிற
மரத்தின் பெயரைச்சொல்
அதுதான்
இன்றுமுதல்
நம் நாட்டின்
தேசிய மரம்

இசைக் கலையை வளர்க்க
உன் கொலுசை
ஆசானாக நியமிப்போம்

நாட்டியக் கலைக்கு
உன்
நாட்டியச் சலங்கை
போதாதா என்ன

உன் ஆடைகளில் இருந்து
வெவ்வேறு நிற
நூல்களைப் பிய்த்துக்கொடு
மழை வரும் போதெல்லாம்
வந்து போகிற மாதிரி
நம் நாட்டிற்கெனத்
தனியாய் ஒரு
வானவில் செய்துகொள்ளலாம்

நீ
கூந்தல் உலர்த்தும் நேரத்தை
மழைக்காலம்
எனக் குறிப்பிடுவோம்

நீ
கோபப்பட்டால் மட்டுமே
கோடைக் காலம்
என்று
சொல்லிக் கொள்வோம்

இருவரும்
கூடும் நேரத்தைக்
குளிர்காலம்
எனச் சொல்லலாம்

பெரும்பாலும்
நம் நாடு
ஒரு குளிர் பிரதேசமாக
இருக்கக்கூடும்

                     காதல் நாடு வாங்கப்போகிறேன்

எப்படியும்
உன்னை
நகல் எடுக்க முடியாது
அதனால்
நெற்றிப்பொட்டே போதுமானது
நம் நாட்டிற்குத்
தனி நிலவொன்று
நியமிக்க

சூரியன் தேவையில்லை
பகலில்
அப்படி என்னத்தைப்
பெரிதாய்ச் சாதிக்கப்போகிறோம்

நீ
பறித்த மருதாணிச் செடியில்
மீதமுள்ள இலைகளைப்
பிடிங்கி வரச் சொல்லியிருக்கிறேன்
நம் நாட்டிற்குச்
செவ்வானம் ஒன்று தயாரிக்க

தென்றலுக்கு
உன் மூச்சுக்காற்று
போதும்
ஒருவேளை
புயல் தேவைப்பட்டால்
மட்டும்
பலூனில்
காற்றை ஊதித் திறந்துவிடு

வாரத்தின் நாட்களை
எட்டாக மாற்றிக்கொள்வோம்
உன்
செருப்பின் அளவுக்கு
ஏதாவது செய்ய வேண்டும்
என்று தோன்றுகிறது

நீரிலேயே
உன்
ஒரு துளி வியர்வையைக்
கலந்து விடுவோம்
நம்
நாட்டுக்கென்று
ஒரு கடல் அது

கல் பதித்த
உன்
சின்ன மூக்குத்தி
அந்த கடலுக்கு
ஒரு கலங்கரை விளக்கம்

நம் நாட்டில்
ரோஜாக்கள் வாங்க
மானியம் கொடுக்கும்
ஒப்பந்தத்தில்
நீயே கையெப்பமிடு
வருங்காலத்தில்
காதலர்கள்
உன்னைக் கொண்டாடட்டும்

　காதல் நாடு வாங்கப்போகிறேன்

உன்
கைரேகையைப் பார்த்தே
நம் நாட்டின்
சாலை வழித்தடங்கள்
அமைக்கப்போகிறேன்

உன்
ஜிமிக்கியை
மாதிரியாகக் கொடு
நம் நாட்டின்
சின்னத்திற்குப்
பொருத்தமாக இருக்கும்

இன்றே
நம் நாட்டில்
உள்ள பூக்களுக்கெல்லாம்
கட்டளையிட்டு விட்டேன்
உன்
வாசனை போல்
மணம் வீசினால்
போதும் என்று

நம் நாட்டிற்காக
ஒரே
ஒரு துளி
எச்சிலை மட்டும்
அர்ப்பணித்து விடு
நம்
காதல் நாட்டுத் தேனீக்கள்
தேனைத் தேடி
ஒவ்வொரு பூவாய்
அலைய வேண்டாம்
அல்லவா

கடைசியாய் எடுத்த
உன்
புகைப்படத்தைக் கொடு
ரூபாய் நோட்டு
அச்சிடும் பணி
தொடங்கப் போகிறது

நீ
நெடுநேரம்
நின்ற இடங்களையே
நம் நாட்டின்
ஆலய பணிகளுக்குத்
தேர்ந்தெடுப்போம்

உன்
வீட்டு பணிப்பெண்
ஒருத்திக்கே
நம்
நாட்டின்
அழகிப் பட்டத்தைக்
கொடுக்கச்சொல்லியாயிற்று

நீ
பிறந்த ஊரைச்
சுற்றுலா தலமாக
அறிவிக்க
அறிக்கை ஒன்று
தயாராகிக்கொண்டிருக்கிறது

நாட்டில் உள்ள
சிற்பிகளுக்கெல்லாம்
சொல்லப்பட்டுவிட்டது
எந்தச்
சிலை செய்தாலும்
குறைந்தபட்சம்
ஐம்பது சதமானம்
உன்
சாயலில் வேண்டுமென்று

கவிஞர்களுக்குச்
சொல்லத் தேவையில்லை
எந்த
கவிதை படைத்தாலும்
அது
உனக்குப்
பொருத்தமாகத்தான் இருக்கும்

நம் நாட்டின்
பாடத்திட்டத்தில்
அழகியல்
என்னும் பாடம்
புதிதாய்ச் சேர்க்கப்பட்டுள்ளது
அதில்
பெரும்பாலும்
புத்தகம் முழுவதும்
உன்னைப்பற்றிய குறிப்புகளே
இடம்பெற்றுள்ளது

நம்
நாட்டில்
போதைப் பொருள்களுக்குத்
தடை விதிக்கப்பட்டுவிட்டது
ஆனால்
உன்
கண்களுக்கு மட்டும்
அந்த விதி
பொருந்தாது

நீ
பயன்படுத்தித் தூக்கி போட்ட
பொருளை எல்லாம்
நம் நாட்டின்
கஜானாவிற்குக்
கொண்டுவர
சொல்லியிருக்கிறேன்
விரைவில்
பணக்கார நாடுகளின் பட்டியலில்
நம் நாடும்
வந்துவிடும் அல்லவா

நாம்
முதன் முதலில்
சந்தித்த தினத்தை
நம்
காதல் நாட்டின்
காதலர் தினமாக
அனுசரிக்க உள்ளேன்
நீ
என்ன சொல்கிறாய்

அப்படியே
நம் நாட்டின்
விடுமுறை தினமாக அறிவிக்க
உன்
பிறந்த நாளைத்தான்
நினைத்து வைத்திருக்கிறேன்
உனக்குச் சம்மதமா

நாட்டின் வரைபடம்
தயாராக உள்ளது
நீ
நடந்து போன
இடங்கள் எல்லாம்
அதில்
அடங்கியுள்ளதா என்று
ஒரு முறை
சரிபார்த்துச் சொல்

உன்
வீட்டுப் பூந்தொட்டிகளைப்
பூங்காவாகவும்
உன்
கிளிக்கூண்டை
பறவைகள் சரணாலயமாகவும்
அறிவிக்கப்படும்

உனக்கு
ஆட்சேபம் இல்லையென்றால்
உன்
வீடு இருக்கும் பகுதியை
மிகவும்
பாதுகாக்கப்படவேண்டிய
பகுதியாக அறிவிக்க இருக்கிறேன்

நீ
பூப்பெய்த நாளை
அரசு விழாவாக
அனுசரிக்க
அனுமதி தரவேண்டும்

உன்
இரட்டைச்சடையை
பார்த்துதான்
நம் நாட்டில்
இரு வழிச்சாலை
தொடங்கப்பட்டது
என்பதை நீ அறிவாயா

நம்
நாட்டின் தேர்
உன் வீட்டைக்
கடந்து போகிற மாதிரி
வகை செய்வோம்
ஒருவேளை
கடவுளுக்கு உன் தரிசனம்
பார்க்கும் ஆசை வந்தால்
உன் வீட்டருகே
ஒரு நாள்
தேர் தங்கிவிட்டுப் போகட்டும்
அனுமதி
மறுக்க மாட்டாய்
என்று நம்புகிறேன்

திசைகளிலும்
உனக்கு
பிடித்தமான திசையைச்சொல்
நம் நாட்டிற்கு
நுழைவுவாயில்
அந்த திசையில்
அமைக்கச்சொல்வோம்

நீ
எந்த நிறங்களில்
உன் இதழுக்குச்
சாயம் பூசுகிறாயோ
அந்த நிறங்களில் தான்
பூக்கள் பூக்க வேண்டும்
எனச்
சட்டம் இயற்றப்பட்டது
என்பதை
நீ அறிய விரும்புகிறேன்

ஓடாத
கடிகாரம் என்றாலும் சரி
உன் வீட்டுக்கடிகாரம்
எத்தனை
மணி சொல்கிறதோ
அதுதான்
நம் நாட்டின்
சரியான நேரம்

  காதல் நாடு வாங்கப்போகிறேன்

நீ
கிறுக்கிப் பழகிய
புத்தகம்
நோட்டுக்களைக் கொடு
நம்
நாட்டிற்கு
அறநூல்கள்
தேவையல்லவா

அப்படியே
நீ
போட்டுப் பார்த்த
கோல
நோட்டுகளையும் கொடு
அதைப்பார்த்து
குடைவரைக் கோயில்களின்
கல்வெட்டுகளில்
ஓவியம் வரைய
வசதியாக இருக்கும்

நம்
நாட்டில்
மின்சாரம் கிடையாது
நீ
ஏற்றுகின்ற
ஒற்றை மெழுகுவர்த்தியில் தான்
நாடு முழுவதும்
ஒளிரூட்டப்படவுள்ளது

உன் மச்சத்தைப் போலவே
இருப்பதால்
மிளகை
நம் நாட்டின்
பாரம்பரிய விதையாக
அறிவிக்கவுள்ளேன்

முத்தங்களுக்கு
முழுமையான
வரி விலக்கு
அளிக்கப்பட்டுவிட்டது
எனவே இனி
நீயும் நானும்
முத்தங்களுக்குக்
கணக்கு பார்க்கவேண்டிய
தேவையிருக்காது

உன்னை
உன் வீட்டில்
செல்லமாய்ச்
சொல்லி அழைக்கின்ற
பெயரைத்தான்
நாட்டின் தலைநகரத்திற்குத்
சூட்டப்போகிறேன்

வாரம்
ஒரு முறையாவது
நம் நாட்டு வண்ணத்துப்பூச்சிகள்
உன்னிடம் வரும்
அதன் வண்ணங்களைக்
கொஞ்சம் புதுப்பித்துக்கொடு

நம் நாட்டுப்
பட்டுப்பூச்சிகளுக்குப்
பட்டுநூல் தயாரிக்க
பயிற்சி தேவைப்படுகிறது
உன்னிடம் அனுப்பட்டுமா
தரமான பட்டு என்றதும்
நினைவுக்கு வருவது நீதான்

உன் வீட்டுக்
கதவு எண்ணை
எடுத்துக் கொள்கிறேன்
நம் நாட்டின்
அவசர உதவி எண்ணாக
அறிவிக்க

<hr>

ரோஜாக்களைப் பறிக்கும்போது
சிறிது தயங்குகிறாய்
அதனால் தான்
அதுகளுக்கு
மரபணு மாற்றம்
செய்யப்படவுள்ளது
இனி
நம் நாட்டில் காணலாம்
முட்கள் இல்லாத
ரோஜாச் செடிகளை

நீ
நகம் கடித்துத் துப்பிய
இடங்களைத்தான்
அகழ்வாராய்ச்சிக்குத்
தேர்தெடுக்கப்பட்டுள்ளது

நம் நாட்டில்
எந்தத் தவறு செய்தாலும்
ஒரே தண்டனைதான்
அதுவும்
கொடூரமான தண்டனை தான்
ஆம்
நீ
இல்லா வேறு நாட்டுக்கு
அவர்கள் நாடு கடத்தப்படுவார்கள்

   காதல் நாடு வாங்கப்போகிறேன்

உன் கூந்தலை
எண்ணத் தொடங்கிவிட்டேன்
எண்ணி முடிந்ததும்
அறிவித்துவிடுவோம்
நம் நாட்டில்
மொத்தம்
எத்தனை அதிசயங்கள் என்று

நம் நாட்டில்
கருப்புப் பணமே
அதிக மதிப்பு உடையதாகும்
இங்கு
கருப்புப் பணம் என்பது
உன்
கண்மை பட்ட பணம்
என்பதைக் குறிப்பதாகும்

நம் நாட்டில்
பெண்களுக்கு
இலவசக்கல்வியாக
வெட்கப்பட
கற்றுத் தரப்படும்
மன்னிக்கவும்
உன்னைப்போல
வெட்கப்பட கற்றுத்தரப்படும்

நம் நாட்டில்
குடிநீருக்குப்
பஞ்சம் வராது
அப்படி வந்தாலும்
குளம் குட்டைகளில்
உன்னைக் குளிக்க வைத்து
அதைக்
குடிநீராய் மாற்றிக் கொள்வேன்

காற்றைச்
சலவை செய்யும் வேலை
மரங்களுக்குக் கிடையாது
நீ
கூந்தல் உலர்த்தும் போதே
எப்படிப்பட்ட அசுத்தக்காற்றும்
தன்னைத் தானே
சுத்தமாக
புதுப்பித்துக்கொள்ளும்

நம் நாட்டிற்குக்
கொஞ்சல்களை
ராணுவ வீரர்களாகத்
தேர்ந்தெடுப்போம்
ஆமாம்
நமக்கான சண்டைகளை
அதுதானே
தீர்த்து வைக்கிறது

நாட்டில்
சட்ட கல்லூரிக்குத்
தேவையான பாடங்களை
உன்னைக் கேட்டு வரைவு
செய்ய உள்ளேன்
ஏனென்றால்
உன்னைக்
காதலிக்கும் போது தான்
வியந்து போனேன்
காதலில்
இத்தனைச் சட்டங்களா
என்று

நம் நாட்டில்
முத்த விரதம் தான்
கடுமையான போராட்டம்
என்று சொல்ல வேண்டும்
காரணம்
நீ
அந்த வகை போராட்டத்தைக்
கையில் எடுத்து
எந்தவிதக் கோரிக்கையும்
என்னிடம் இருந்து
நிறைவேற்றிக் கொள்கிறாய்

இன்றுமுதல்
நம் நாட்டில்
உனக்கு மட்டும்
கோலம் போடுவதற்கு
அனுமதி கிடையாது
ஏற்கனவே
நீ
இட்ட கோலமாவுகளை
திண்ணு விட்டு
சர்க்கரை வியாதியால்
அவதிப்படுகிறது
நம் நாட்டு எறும்புகள்

நம் நாட்டுக்
கொசுக்களுக்கு
மட்டும்தான்
ரத்தம் குடிக்கத் தெரியாது
ஏனென்றால்
அவையெல்லாம்
உனக்கு
முத்தம் கொடுத்து
பழகியவை

நம் நாட்டில்
சாதிப்பவர்களுக்குத்
தங்கப் பதக்கம்
என்ற வகையில்
உன்
நெற்றிச்சுட்டியை
அறிவித்தால் என்ன

மேலும்
நம் நாட்டில்
தபால்
கொண்டு வந்து கொடுப்பவர்களுக்குத்
தனி பயிற்சி
கொடுக்கப்பட்டு விட்டது
காதல் கடிதங்கள்
எனக் குறிப்பிட்டாலே போதும்
ஒன்று உனக்கு
அல்லது
எனக்கு மட்டுமே
கொண்டு வந்து சேர்க்கும்படி

நம் நாட்டில்
பண்டிகைக் காலங்களில்
யாரும்
வீடுகளுக்குக்
காவி அடிக்கக் கூடாது
ஆமாம்
இது
காதல் நாடு அல்லவா

இங்கே காவி அடித்தல்
பெரும் குற்றமாகும்

உனக்குக்
கைக்குட்டை
வடிவமைப்பவன் கூட
நம் நாட்டில்
கலைஞனாக
அங்கீகரிக்கப்பட்டுள்ளார்கள்

அவசரத்தில்
யாரும்
உன்னைப் பறித்துவிட்டால்
அதான்
ஒரு சிறிய
முன்னெச்சரிக்கை ஏற்பாடாக
நம் நாட்டில்
முன் அனுமதி வாங்காமல்
பூக்களைப்
பறிக்கக் கூடாது
என்று
அவசரச் சட்டம் ஒன்று
இயற்றி இருக்கிறேன்

நம்
காதல் நாட்டுவாசிகள்
வெண்மேகம்
வேண்டுமென கேட்கிறார்கள்
அடுத்த முறை
நீ
குளிக்கும் போது
கொஞ்சம்
சோப்பு நுரைகளை
அள்ளிக்கொடு
பாவம்
பார்த்துவிட்டுப் போகட்டும்
காதல் நாட்டு
வெண்மேகங்களை

அவ்வப்போது
வந்து போகிற
முகப்பருக்கள்
நம் நாட்டுவாசியாக
உன் முகத்தில்
நிரந்தரமாய்க் குடியேற
விண்ணப்பித்துள்ளது
இதோ
அந்த விண்ணப்பங்கள்
உன் பார்வைக்கு

உன் கொண்டை ஊசியைக்
காணவில்லை என்றாயே
கிடைத்துவிட்டதா
கிடைத்ததும் சொல்
நம் நாட்டில் உள்ள
நூலகங்களின் திறவுகோலுக்கு
மாதிரி கொடுக்க வேண்டும்

முடிந்தவரை
உன் கூந்தலை
அவிழ்த்து விடாதே
மக்கள் குழம்பி போய்விடுவார்கள்
ஆமாம்
மறந்து போய் அறிவித்துவிட்டேன்
நம் நாடு
அருவி இல்லாத
நாடு என்று

நீ
பழங்களைச் சாப்பிட்டால்
விதைகளை
மண்ணில் துப்பாதே
நம் நாட்டிற்கு
போதி மரங்கள்
தேவை இல்லை

எல்லாம் சரி
கடைசியாய்
நம் காதல் நாட்டிற்கு
மக்கள் தொகையை
அதிகப்படுத்த விரும்புகிறேன்
சொல்
உனக்கு
ஆண் குழந்தை எத்தனை
பெண் குழந்தை எத்தனை
வேண்டுமென

தெரியுமா?

உன்
கன்னத்தை முத்தமிடும்
அந்த
ஒற்றை முடிக்குத் தெரியுமா

தான்தான்
உலகின்
மிகப்பெரும் பாக்கியசாலி என்று

உண்மை தெரிந்தவள்

நிலவைப்
பார்க்கச் சொன்னால்
எல்லோரும்
வானத்தைப் பார்க்கிறார்கள்

உண்மை தெரிந்தவள்
அவள் மட்டும்தான்
கண்ணாடியைப் பார்த்துக்கொள்கிறாள்

முதல் எதிரி

இந்த மழை தான்
எனக்கு முதல் எதிரி

பாருங்களே
என்னவளிடம்
எப்படி
வழிந்து வழிந்து பேசுகிறதென்று

ஆப்பிள்

ஆப்பிளுக்கு
வியர்க்குமா என்ற கேள்வி

கொஞ்சம் பொறுங்கள்
அவள்
கன்னத்தைப் பார்த்துவிட்டு
பதில் சொல்கிறேன்

முதலாமிடம்

அவளது கண்கள்
முதலாம் இடத்திற்கு
முன்னேறியது
ஹிட்லரைப் பின்தள்ளி

அறிவியல் பொய் சொல்கிறது

நிலவில்
காற்று இல்லையென்று
அறிவியல் பொய் சொல்கிறது

உண்மையிலேயே
நான் பார்த்தேன்
அவள்
நேற்று பலூன் ஊதிக் கொண்டிருந்தாள்

அவளுக்குத் தெரியவில்லை

கோவிலுக்கு வந்து இருக்கிறாள்

அவளுக்குத் தெரியவில்லை போல

அவள் வீட்டில்தான்
கடவுளும்
கிடையாய்க் கிடக்கிறான் என்று

என்ன நியாயம்

அவள்
எலுமிச்சம்பழம் சாப்பிடுகிறாள்

அவளுக்குப் புளிக்கிறது
எலுமிச்சம்பழத்துக்கு
மட்டும் இனிக்கிறது

இது என்ன நியாயம்

என்ன நியாயம்

உதட்டைக் கடி

எங்கே
நீ ஒரு முறை
உன் உதட்டைக் கடி

அவர்கள்
கோவைப்பழம் சாப்பிடுகிற கிளிகளை
இதுவரை பார்த்ததில்லையாம்

நூல்

உன் ஆடைகள் உதிர்த்த
ஒற்றை நூலில்
ஆயிரம் கவிதைகள்

குளிர்க் காய்ச்சல்

சூடான தேநீருக்குக்
குளிர்க் காய்ச்சல்

ஏந்தியது அவள் அல்லவா

கவிதை புத்தகம்

புகைப்படம் எடுக்கச் சொல்லிப்
புன்னகைக்கிறாய்

அப்படி எடுத்திருந்தால்
உலகில் அதிகப்படியாய் விற்றுத்தீர்ந்த
கவிதை புத்தகம்
அதுவாகத்தான் இருந்திருக்கும்

தேநீர்க் கோப்பை

தேநீர் குடித்த பின்னும்
தெளியயவில்லை

அவள் இதழ் கவ்விய கோப்பை
இன்னமும் மயக்கத்திலே

உணர்கிறேன்

நீ
மழையில் நனையும் போது தான்
உணருகிறேன்

எனக்குள்
இத்தனைப் பேராசைகளா என்று

வெட்கம் வேண்டாமே

பெண்ணே
இருவரும் கூடிய பின்னே
வெட்கம் வேண்டாமே

நீ
எத்தனை முறை
வெட்கப்பட்டாயென எண்ணுவதிலே
நம் நேரம் வீணாகிறது

நதியைத் தேடி

உன்
ஆடைகள் துவைத்த நதிகளைத் தான்
தேடிக்கொண்டிருக்கிறேன்

புண்ணிய நதிகள் எனப்
பெயர் சூட்ட

சர்க்கரை நோய்

மிட்டாய்க்குச் சர்க்கரை நோய்
நீ இதழ் பட கடித்துவிட்டதால்...

கோபம்

கோபம் வருகிறதா

பெண்ணே
கொஞ்சம் பொறுத்துக்கொள்

அப்படியே
ஒரு புகைப்படம் எடுத்துக்கொள்கிறேன்

கருப்பு வெள்ளை

உன்
கருப்பு வெள்ளை புகைப்படத்தை
எல்லோருக்கும் காட்டு

கண்டுபிடித்து விடுவோம்

உலகில்
ஆசைகள் அற்ற துறவி
யார் என்பதை

சாய்ந்து சாய்ந்து

நீ
கழுத்தை லேசாக சாய்த்துத்
உன் கம்மலைச் சரிசெய்யும் போதுதான்
புலப்படுகிறது

சாய்ந்த கோபுரம் எப்படி
உலக அதிசயம் ஆனதென்று

உப்புமூட்டை

உன்னை
உப்புமூட்டை தூக்கும்போது
மட்டும் தான்
நான்
சர்க்கரைமூட்டை
சுமப்பவன் ஆகிறேன்

தொலையவேண்டிய பொருள்

நீ
நகம் கடிக்கும் போதுதான்
தோன்றுகிறது

உலகில்
தொலையப்படவேண்டிய
முதல் பொருள்
நகவெட்டி என்று

ஒவ்வொரு முறையும்

தேனீருக்கு
ஒருமுறை சர்க்கரை சேர்க்கலாம்

ஆனால்
அவளோ
ஒவ்வொரு முறையும்
சேர்த்துக்கொண்டிருக்கிறாள்
அதை அருந்துகிறேன் என்ற பெயரில்

எண்ணி விடுவோம்

ஒருமுறை எண்ணி விடுவோமா
உலக அதிசயத்தை

கொண்டுவரச் சொல்லுங்கள்
அவள் பிறந்ததிலிருந்து
இன்று வரை எடுத்த
அவளது புகைப்படங்களை

பொருந்துமா

காதலிக்கத் தெரியாது என்றேன்

கற்றுத் தருகிறேன் என்கிறாய்

பெண்ணே
வெட்கப்படாமல் சொல்
இது
முத்தத்திற்கும் பொருந்துமா என்று

இரத்தம்

எனக்கு ரத்தம் தேவைப்பட்டால்
எங்கும் தேட வேண்டாம்

உன் ஈரக்கூந்தலை
அவிழ்த்துவிடு
அது போதும்

இரவாய் வேண்டும்

பகலும்
மின்சாரம் இல்லாத
இரவாய் வேண்டும்

அவள்
மெழுகுத்திரி ஏற்றும் நிகழ்வுக்காய்

சீட்டுக்கட்டு

சீட்டாடும் போது கூட
உன்னைப்பற்றிய சிந்தனை தான்

யாரேனும்
உன்னை பணையம் வைத்து
என்னிடம் தோற்கமாட்டார்களா என்று

ஒரு பக்கத்தில்

முன்னூறு வார்த்தைகளுக்கு மேல்
எழுத முடியாது என்ற
ஒருபக்க காதல் கடிதத்தில்
அவள் மட்டும் எப்படியோ
அனுப்பி விடுகிறாள்

ஆயிரம் முத்தங்களை

உனக்கும் எனக்கும்

எதையும் வெறுப்பேன்
உனக்காக

ஆனால்
உன்னை மட்டும்
காதல் செய்வேன்
எனக்காக

மெழுகுத்திரி

அழுது அழுது
அலங்கோலமாய் ஆனது
அவள் அணைக்காமல் விட்ட
மெழுகுத்திரி...

சுவரில்லாச் சித்திரம்

63

சுவரில்லாச் சித்திரம்
நான் கண்டேன்

காற்றிலாடும் அவள் கூந்தல்

கருப்பாய்ப் பிறக்க ஆசை

நான்
கருப்பாய்ப் பிறக்க ஆசை

அவள்
கீழ் உதட்டின்
மச்சம் பார்த்ததிலிருந்து...

மதிப்பு தெரியாது

வைரத்தின் மதிப்பு தெரியாது
அவளுக்கு

தெரிந்தால்
இப்படிக் கடித்துத் துப்புவாளா
தன் நகங்களை

சிலை

அடியே
அசையாது அப்படியே இரு

சிலைகளுக்கு
உயிர் இல்லை என்பது
பொய்யாய்ப் போய்விடும்...

முதல் குழப்பம்

குழம்புகிறேன்

உன்னில்
எதை
முதலில்
ரசிப்பதென்று தெரியாமல்

ஸ்பரிசம்

உடம்பில்
உயர் மின்னழுத்தம் பாயுதடி

என் மேல் தெரியாமல் பட்ட
உன்
சுண்டுவிரல் ஸ்பரிசத்தால்

பிதற்றுகிறேன்

எத்தனை மொழிகள் தெரிந்தும்
என்ன பயன் ?

பதில் பேசத் தெரியாமல்
பிதற்றுகிறேன்
உன் கொலுசு பேசும்
நயன பாசைக்கு

நம் காதல்

ஓர் சிறு குடையினில்
மூவரின் நடைப்பயணம்

நீ
நான்
நம் காதல்

கதம்பம்

பல மலர்களைக் கோர்த்து
அவள் தொடுத்த
கதம்பப் பூ மாலை
அழகாய் நறுமணக்கிறது
அவளது
வாசத்தை மட்டும்

தேர்வான கோலம்

கோலப் போட்டியில்
தேர்வானது

புள்ளி வைக்காமல்
வர்ணம் தீட்டாமல்
அவள் கால் விரலில் இட்ட
வெட்கக் கோலங்கள்...

சிறப்பு தரிசனம்

எப்படித்தான்
நீ வருவதை
முன்கூட்டியே
கண்டு பிடிக்கிறார்களோ
தெரியவில்லை

நீ வருவதற்கு முன்னரே
கோவிலில் எழுதிக் கிடக்கு
இன்று சிறப்பு தரிசனம் என்று

இலக்கிய கவிதை

எங்கே
இன்னும்
ஒரே ஒருமுறை மட்டும்
வெட்கப்படு

ஆமாம்
எனக்கு
எந்த இலக்கியக் கவிதையும்
முதல் தடவையிலே
புரிவதில்லை

அம்மனுக்கு அபிஷேகம்

நீ
கை கால்
அலம்பிய தண்ணீர் தான்
தெருவில்
ஓடிக் கொண்டிருக்கிறது

நான் தான்
என்னவோ
அம்மனுக்குச் செய்த
அபிஷேகம் போல
அதைக்
காலில் மிதிக்காமல்
தாண்டித் தாண்டி
போய்க்கொண்டிருக்கிறேன்

மழை வருகிறது

வெளியில் மழை வருகிறது

வா
போய ஒளிந்து கொள்ளலாம்

ஏதாவது
ஒரு மழைத்துளிக்குள்

நன்றி

மீனின் முள்ளுக்கு நன்றி

அவளுக்கு
ஊட்டி விட
வாய்ப்பு கொடுத்ததற்கு

ஏதோ ஒன்றில்

உன் கம்மல்
உன் கால் கொலுசு
உன் வளையல்கள்
இப்படி
நீ உபயோகிக்கின்ற
ஏதாவது ஒன்றில்தான்
அடங்கியிருக்கிறது
என் உயிர்

உன் புடவைகளின் தலைப்பு

உன் புடவைகளின்
தலைப்புகளைத் தா

கொஞ்ச நேரத்தில்
திருப்பித் தந்து விடுகிறேன்

இன்று
என் கவிதைகளுக்குப்
பெயர் சூட்டு விழா

பொய்

ஒப்பனை செய்வது
பிடிக்காது என்கிறாய்

அப்புறம் எதுக்கு
வெட்கப்படுகிறாய்

தேவதைகள் சரணாலயம்

தேவதைகள் சரணாலயம்

உன் புகைப்படங்கள்
அடங்கிய ஆல்பம்

வெண்நிலா வீடு

உன் வீட்டுக்கு
வர்ணம் பூசப் போகிறார்களாம்

எத்தனை வர்ணம்
பூசினால் என்ன

அதற்கு
வெண் நிலா வீடு
என்று தானே பெயர்

கடவுள் ஒரு நாத்திகன்

கடவுளும்
நாத்திகம் பேசுகிறார்

ஒரு நாள்
நீ
கோவிலுக்கு வரவில்லை என்றால்

மிகப்பெரிய சுவர்

உலகத்தின்
மிகப் பெரிய சுவர்
சீனப்பெருஞ்சுவராம்

உன்னையவே
எட்டிப்பார்க்க வைக்கின்ற
உன் வீட்டுச்சுவரை விடவா

உன்னைக் கூடவா

எதைத் தூக்கிப் போட்டாலும்
அதைக்
கரையில் தள்ளிவிடுமாம் கடல்

பெண்ணே
உன்னைக் கூடவா

ஏதோ தாஜ்மஹாலாம்

எல்லாம்
பெரிதாய்ப் பேசிக்கொள்கிறார்கள்

ஏதோ தாஜ்மஹாலாம்

வா பார்த்து விட்டு வரலாம்
எதோ குறைந்த பட்சம்
நீ கட்டுகிற
மணல் வீடு போலவாவது
இருக்கிறதா என்று

வழிப்பறிக்காதல்

இதுவும்
வழிப்பறியில் ஒன்றுதான்

பெண்ணே
உன் கண்ணைக் காட்டித்தானே
பறித்துக்கொண்டாய்
என் காதலை

மெதுவாகச் செல்லவும்

அவள் வீட்டருகே வேகத்தடை

சாலை போட்டவனுக்குக் கூடத்
தெரிந்திருக்கு
அழகு ஆபத்தென்று

மூன்றாம் உலகப்போர்

மூன்றாம் உலகப் போர் வந்தால்
நீருக்காக தான் இருக்கும் என்கிறார்கள்

அதற்காக
எத்தனை நாளைக்குத்தான்
இப்படி
யாருக்கும் தெரியாமல்
வாய் கொப்பளிக்கப் போகிறாய்

எத்தனைக் காலம் தான் ஏமாற்றுவாய்

ஏதோ
சில வர்ணங்கள் பூசப்பட்டிருப்பதையே
வானவில் என்கிறார்கள்

எத்தனைக் காலம் தான்
இப்படி நீயும் ஏமாற்றுவாய்

குறைந்தபட்சம்
வானவில்லிலாவது சேர்த்துக்கொள்
நீ இட்ட கோலத்தை

அவள் மட்டும் எளிமையாக

தன்னை அழகாக்கிக் கொள்ள
எல்லோரும் என்னன்னவோ செய்கிறார்கள்

அவள் மட்டும்
எளிமையாக முடித்துவிடுகிறாள்
வாரம் ஒரு
முகப்பருவை வளர்த்து

சந்தன மரம் குறிப்பு

சந்தன மரத்திற்குக்
குறிப்பு எழுதச் சொன்னார்கள்

சரியா
தவறா
என்றெல்லாம்
எனக்குத்தெரியாது

அவள் சாய்ந்த மரம்
சந்தன மரம்
என்று எழுதிவிட்டேன்

தப்பித்தேன் வருமானவரியிடம்

என் வீட்டில்
இன்று வருமான வரிச்சோதனை

நல்லவேளை

நேற்றே
அவளிடம் திருப்பிக்கொடுத்துவிட்டேன்
உடைந்து போன
அவள் கண்ணாடி வளையல்களை

திமிர் பிடித்த அழகு

அவள்
கொஞ்சம் திமிர் பிடித்தவள் தான்

பாவம்
அவள் என்ன செய்வாள்

திமிர் இல்லாத அழகைப்படைக்க
பிரம்மனாலும் முடியவில்லை

தேரடித்தெரு

தேர் இல்லா ஊரிலும்
தேரடித்தெரு இருக்கிறது

அவள் குடியிருக்கும் தெருவை
வேறு என்ன சொல்லிக்
குறிப்பிடுவது

கொழுக்கட்டை

விநாயகருக்குக்
கொழுக்கட்டைப் பிடிக்குமாம்

இதில் என்ன அதிசயம்
யாருக்குத்தான் பிடிக்காது
அவள் கன்னங்களை

தி நகர் சாலையை மாற்றிக்கொள்ளுங்கள்

தி நகர் சாலையாம்

எப்படிப் பொருத்தமாகும்

அவள் வரும்போதாவது
மாற்றிக்கொள்ளுங்கள்
பூ நகர் சாலை என

போதி மரம் வருந்துகிறது

புத்தரைத் தந்த போதி மரம்
வருந்துகிறது

அவளுக்கு
ஒரு பூ கூட
தர முடியவில்லையே என்று

என்னைப் புதைக்க ஒரு இடம்

எத்தனைச் செலவானாலும்
பரவாயில்லை

என்னைப் புதைப்பதற்கு
ஒரு இடம் வாங்கித் தாருங்கள்

அவள்
கன்னக்குழிகளில் ஏதாவது ஒன்றில்

முத்தங்களின் எண்ணிக்கை

ஒரு நாளைக்கு
எத்தனை முறை
தன் இதழுக்குச்
சாயம் பூசுகிறாள்
என்று எண்ணி விட்டால்
தெரிந்துவிடும்

எங்கள்
அன்றைய நாளின்
முத்தங்களின் எண்ணிக்கை

சிரிப்புக்கு ஒரு சிலை

சிரிப்புக்கு
ஒரு சிலை வைக்க வேண்டும்

அவள்
கண்ணக்குழியைக்
காட்டிக் கொடுத்ததற்கு

மார்கழி வருடம்

அவள்தான்
கோலம் போட வருவாள்
என்று தெரிந்திருந்தால்
மார்கழியை
வருடம் என அறிவித்து இருப்பேன்
என் வீட்டு நாட்காட்டியில்

ஒரு புள்ளி கோலம்

எல்லோரும்
எத்தனை எத்தனையோ புள்ளிகள்
வைத்துக்கொண்டிருக்கிறார்கள்

ஆனால் அவளோ
ஒரே புள்ளியில்
கோலத்தையே முடித்து விடுகிறாள்
கேட்டால் நெற்றிப்பொட்டாம்

கடவுளுக்கே நிம்மதி

கடவுளை வணங்குகிறாய்

இனி என்ன

நிம்மதியாய்
இறப்பவர்கள் பட்டியலில்
கடவுளும் சேர்ந்து கொண்டான்

வானவில் உலர்கிறது

மொட்டை மாடியில்
வானவில் உலர்கிறது

அருகில் சென்று பார்த்தால்
கலர்க் கலராய்
உன் துப்பட்டாக்கள்

அவள் மட்டும் அழகாய்

நாட்டிலுள்ள
அத்தனை பேரும்
அசிங்கமாய்த் தான் தெரிகிறார்கள்

ஆனால்
அவள் மட்டும் தான்
அழகாகத் தெரிகிறாள்

ஆதார் கார்டில் கூட

பெண் மயில்

அவள் மயில் தோகையை
கையில் வைத்திருக்கிறாள்

முதல் முதலாய்ப் பார்க்கிறேன்
பெண் மயிலைத் தோகையோடு

ஊஞ்சலிடம் கெஞ்சல்

ஊஞ்சலிடம்
கெஞ்சிக் கொண்டிருக்கிறேன்

கொஞ்ச நேரம்
அவளை நான் சுமக்கிறேன்
எங்களை நீ ஆட்டிவிடு என்று

நிலா தோஷம்

அவளுக்குச்
செவ்வாய் தோஷமாம்

பைத்தியக்காரர்கள்
நிலவுக்கும் செவ்வாய்க்கும்
என்னடா சம்பந்தம்

வேண்டுமென்றால்
நிலா தோஷம்
என சொல்லிக் கொள்ளுங்கள்

நான் கோழையாக விரும்புகிறேன்

முதுகுக்குப் பின்னால்
ஒளிந்து கொள்வது
கோழைத்தனமாம்

நான்
கோழையாகவே இருந்து விட்டுப்போகிறேன்
யாராவது கேட்டுச் சொல்லுங்கள்
அவள் கூந்தலாக மாற
ஒரு வாய்ப்பு கிடைக்குமா என்று

சிலை திருட்டு

கோவிலில் சிலை திருட்டு

பரிசோதியுங்கள் அவளை

எனக்கு என்னமோ
சந்தேகமாய் இருக்கிறது
காணாமல்போன சிலை
அவள் தானோ என்று

அந்தப்புரம்

என் அந்தபுரம்
அவள் முதுகுக்கு அந்தப்புறம்

 காதல் நாடு வாங்கப்போகிறேன்

தேனீருக்கு ஆறுதல்

என்ன ஆறுதல் சொல்லித்
தேத்தி விட முடியும்

கோப்பையின் கடைசியில்
அவள்
குடிக்காமல் வைத்த
அந்த கொஞ்சோண்டு தேனீரை

கருணைக்கொலை

இப்படிப் சிரிக்கிற
அவளுக்குத் தெரியுமா

அவள் சிரிப்பு
கருணைக்கொலைகளில்
ஒன்று என்பதாவது

போதைக்கு அடிமை

உன்னை முதன்முதலில்
படம் எடுத்த
என் புகைப்படக் கருவி தான்
இன்றளவும்
தெளியாத போதைக்கு
அடிமை ஆகிப்போனது

ஒரு உணவு சொல்லுங்கள்

ஐஸ்கிரீம் சாப்பிட்டால்
அவளுக்கு ஜலதோஷம்
பிடித்து விடுகிறது

யாராவது தெரிந்தால் சொல்லுங்கள்
என்னை அவளுக்கு
பிடித்துவிடுகிற மாதிரி
ஒரு உணவு

குறைந்தபட்ச நிம்மதி

பெரும்பாலும்
அவளுக்கு
உதிரிப்பூக்களையே வாங்கித்தருகிறேன்

பாவம்
தூக்கிலிடுவது
அவள் என்ற
குறைந்தபட்ச நிம்மதியிலாவது
சாகட்டும் அந்தப் பூக்கள்

ஒரு நாள் உயிர்

ஒருநாள் உயிரி ஈசலாம்

யாரோ முந்திக்கொண்டுவிட்டார்கள்
என்னவளின் கோபத்தை
நான் அப்படி
வரையறை செய்யும் முன்னே

பிரம்மன் யார்

பிரம்மன் கவிஞனா

யார் சொன்னது

அவளை படைத்தது
பிரம்மன் என்றால்
நிச்சயம்
அவன் ஒரு சிற்பிதான்

வாசனை திரவியம்

எத்தனையோ கடைக்கு
ஏறி இறங்கி விட்டேன்

எங்கும் கிடைக்கவில்லை
அவள் வாசனை போல்
ஒரு திரவியம்

நான் தொடரும் சன்னல்

ஆயிரம் சன்னல் வீடாம்

ரசிப்பதற்கு ஒன்றுமில்லை என்று
பின் தொடர்கிறேன்

ஒற்றைச் சன்னல் வைத்த
அவளது ரவிக்கை

ஐஸ்கிரீம் சுவைக்கிறது

ஐஸ்கிரீம்
உருகிய வண்ணம் சுவைக்கிறது
அவள் கைகளை

மழைக்கோலம்

இடை விடாது பெய்யும்
பெருமழையின் போது
கோலமிட்டுக் கொண்டிருக்கிறாள்

என் மார்பின் மீது
அவள் மெட்டியிட்ட
விரல்களால்

இருவரும் தேடினோம்

மின்சாரம் தடைபட்ட இரவில்
இருவரும்
மெழுகுவர்த்தியை தேடினோம்

ஒளித்து வைப்பதற்கு

நாளை பார்க்கலாம்

நாளை
கோவிலில் பார்க்கலாம்
என்று சொல்லிவிட்டாள்

சந்தோசத்தில்
இரவெல்லாம் தூங்கவில்லை
கடவுள்

காத்திருக்கிறோம்

உண்மையோ பொய்யோ
அவள் சொன்னாள்
தலையை ஆட்டக் காத்திருக்கிறோம்
நானும்
அவள் ஜிமிக்கியும்

 காதல் நாடு வாங்கப்போகிறேன்

அருவி குளிக்கிறது

நீரில்
அருவி குளித்துக் கண்டதுண்டா

ஆம்
அப்படித்தான் இருக்கும்
அவள் கூந்தலை அலசும் சாயல்

சாப்பிடும் முன்

சாப்பிடும் முன்
முத்தம் கேட்டால்
கோபித்துக் கொள்கிறாள்
தினமும்
சாப்பாடு வீணாகிறது என்று

காற்றுக்காய் பிரிவோம்

அன்பே
இருவரும்
கொஞ்சம் நேரம் பிரிவோமா

நீண்ட நேரமாய்க்
காத்திருக்கிறது
ஒரு காற்றுக் கூட்டம்

இருவருக்கும்
இடையில் கடந்து செல்ல

ஓய்வு பெறும் இசை

உலகின்
தலைசிறந்த இசை
ஓய்வுபெறுகிறது

அவள்
தன் கொலுசைக்
கழட்டி வைத்த தினத்தன்று

எடை சுமப்பவள்

உலகில்
அதிக எடை சுமப்பவள்
அவள்தான்

பாருங்கள்
எவ்வளவு அழகை
ஒருசேர சுமக்கிறாள் என்று

தாலிபன் ஆட்சி

என் மனம் என்னும் ஆப்கானில்
அவள் காதல் என்னும்
தாலிபன் ஆட்சி

விமானம் வந்தால் அல்ல
விரட்டி அடித்தாலும்
போகாத குடிமகனாய்
நானும் என் காதலும்

   காதல் நாடு வாங்கப்போகிறேன்

அதிர்ஷ்டம்

என் ஜாதகத்தில்
சொல்லப்படாத பலன்

ஏழாம் என் வீட்டிலிருந்து
அதிர்ஷ்டம் என்னைப் பார்க்கிறது
ஜன்னல் வழியே

வெள்ளை உடை தறிக்காதே

பௌர்ணமி அன்று
வெள்ளை உடை தறிக்காதே

சற்றே குழப்பமாய் இருக்கிறது
இருவரில்
யார் முழுநிலவு என்று

காரக்குழம்பு

காரக்குழம்பு இனிக்கிறது
சாப்பிட்டவர்கள் எல்லாம்
சமையற்காரரைத்
திட்டிவிட்டுப் போகிறார்கள்

நல்லவேளை
யாரும் கவனிக்கவில்லை
காரக் குழம்பில்
அவள் விரல் பட்டதை